મેઇ લિન્ગની હડકી

Mei Ling's Hiccups

By David Mills
Illustrated by Derek Brazell

Gujarati translation by Bhadra Patel

પણ મેઇ લિન્ગને પોતાનું પીણું પૂરું કરવું હતું.
એ ઠંડું હતું
એ સ્વાદિષ્ટ હતું
અને એ છેલ્લું ટીપું પી ગઇ!

But Mei Ling wanted to finish her drink.
It was cool
It was yummy
And she drank every last drop!

"મારી પાછળ પાછળ આવો!" એમણે સૂરમાં કહ્યું.

"Follow me!" he sang.

"કોને પાર્ટીની રમતો રમવી છે?" મેઇ લિન્ગના શિક્ષકે પૂછ્યું.

"Who wants to play party games?" asked Mei Ling's teacher.

પણ જ્યારે એણે બધું પી લીધું
ત્યારે એ આટલું જ બોલી શકી ... "હિક્ક!"

But when she'd finished
All she could say was ... "Hicc!"

ત્યાં તો બીજી હેડકી આવી: "હિક્ક!"
અને બીજી એક: "હિક્ક!"

And another one came: "Hicc!"
And another: "Hicc!"

HICC!

"અરે! આ ક્યાંથી
આવી ચડી?"

Oh no!

બેને હી...હી...હી કર્યું.
મેઇ લિન્ગને પણ હસવું હતું
પણ એ આટલું જ બોલી શકી ... "હિક્ક!"

Ben giggled.
Mei Ling wanted to laugh too
But all she could say was... "Hicc!"

"મને ખબર છે. મને ખબર છે!" બેને કહ્યું.
"મારાં મમ્મી કહે છે કે તમારે આમ કરવું...
અને પાંચ સુધી ગણવું."

"I know, I know!" said Ben.
"My mum says you have to do this...
and count to five."

So they both plugged their noses.
1 2 3 4 5 and …
"HICC! Oh no!" said Mei Ling.

એટલે બન્નેએ પોતાનાં નાક દાબી દીધાં
૧ ૨ ૩ ૪ ૫ અને …
"હિક્ક! અરે, આ તો ન ગઇ!" મેઇ લિન્ગે કહ્યું.

પછી રૂબી પાછી અંદર આવી.
"મને ખબર છે. મને ખબર છે!" રૂબીએ કહ્યું.
"મારા ડેડી કહે છે કે તમારે આમ કરવું ..."

Then Ruby came back in.
"I know, I know!" said Ruby.
"My dad says you have to do this ..."

So everyone tried to look upside down.
1   2   3   4   5   and …
"HICC! Oh no!" said Mei Ling.

એટલે બધાંએ ઊંધા વળી જોવાનો પ્રયત્ન કર્યો.
૧   ૨   ૩   ૪   ૫   અને …
"હિક્ક! અરે, આ તો ન ગઇ!"
મેઇ લિન્ગે કહ્યું.

પછી લિઓ પાછો અંદર આવ્યો.

"મને ખબર છે. મને ખબર છે!" લિઓએ કહ્યું.

"મારા કાકા કહે છે કે તમારે આમ કરવું ..."

Then Leo came back in.

"I know, I know!" said Leo.

"My uncle says you have to do this..."

એટલે બધાંએ પ્લાસ્ટિકના કપની બીજી બાજુથી પાણી પીધું.
૧ ૨ ૩ ૪ ૫ અને ...
"હિક્ક! અરે, આ તો ન ગઇ!" મેઇ લિન્ગે કહ્યું.

So everyone drank water from the other side
of their cups.
1   2   3   4   5   and ...
"HICC! Oh no!" said Mei Ling.

પછી સાહિલ પાછો અંદર આવ્યો.

"મને ખબર છે, મને ખબર છે!" સાહિલે કહ્યું.

"મારાં દાદીમા કહે છે કે તમારે આમ કરવું..."

Then Sahil came back in.

"I know, I know!" said Sahil.

"My grandma says you have to do this..."

એટલે બધાં ચક્કર ચક્કર ચક્કર ફર્યાં.
૧ ૨ ૩ ૪ ૫ અને ...
"હિક્ક! અરે, આ તો ન ગઇ!" મેઇ લિન્ગે કહ્યું.

So everyone went spin spin spin.
1 2 3 4 5 and ...
"HICC! Oh no!" said Mei Ling.

પછી સોફી પાછી અંદર આવી.
"મને ખબર છે, મને ખબર છે!" સોફીએ કહ્યું.
"મારી માસીની દીકરી કહે છે કે તમારે આમ કરવું ..."

Then Sophie came back in.
"I know, I know!" said Sophie.
"My cousin says you have to do this ..."

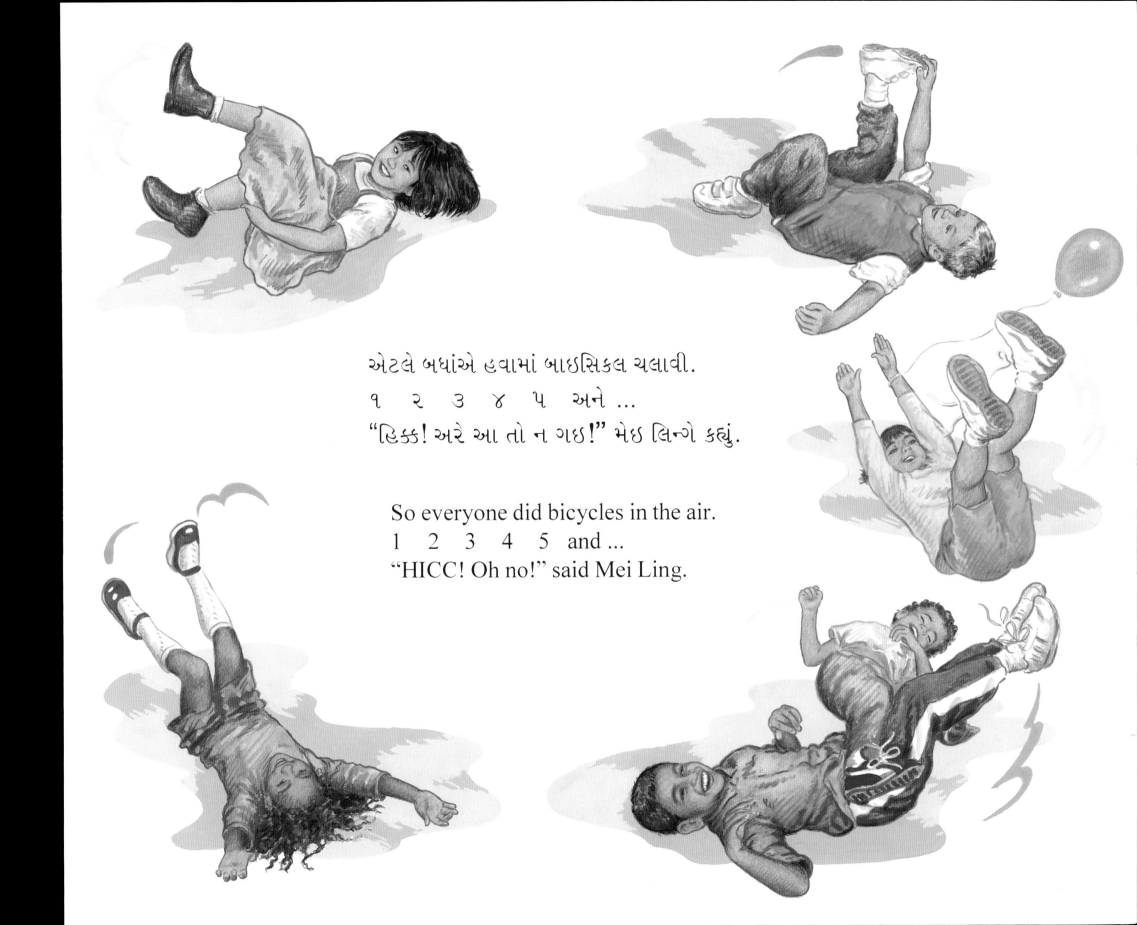

એટલે બધાંએ હવામાં બાઇસિકલ ચલાવી.
૧ ૨ ૩ ૪ ૫ અને ...
"હિક્ક! અરે આ તો ન ગઇ!" મેઇ લિન્ગે કહ્યું.

So everyone did bicycles in the air.
1   2   3   4   5   and ...
"HICC! Oh no!" said Mei Ling.

પણ પછી તેણે પોતાનો ફુગ્ગો જોયો અને તેને એક વિચાર સ્ફૂર્યો.

"મને ખબર છે," તેણે ધીરેથી કહ્યું.

"મેઇ લિન્ગ!" તેના બધા મિત્રોએ બૂમ પાડી.

But then she saw her balloon and she had an idea.

"I know," she said slowly.

"Mei Ling!" shouted all her friends.

પોપ!
મેઇ લિન્ગનો ફુગ્ગો ફૂટ્યો.

POP!
went Mei Ling's balloon.

"શ ... શ ...!" બધાંએ ધ્યાનપૂર્વક મેઇ લિન્ગની હેડકીની રાહ જોઇ.

"Shhhhh!" Everyone listened carefully for Mei Ling's hiccups.

"જતી રહી?" મેઇ લિન્ગે ધીમેથી પૂછયું.

"Gone?" asked Mei Ling very quietly.

"જતી રહી!" બધાંએ કહ્યું.

"Gone!" said everyone.

"હુ રે ય!" બધાં બરાડી ઊઠયાં.

"HURRAY!" shouted everyone.

પોપ! પોપ! પોપ! પોપ! પોપ! અને …

POP! POP! POP! POP! POP! AND …

"આ શેનો અવાજ હતો?" શિક્ષકે પૂછ્યું.

"What was that?" asked the teacher.

"હિક્ક!" બધાંએ કહ્યું.
"અરે, આ તો ફરી આવી!" મેઇ લિન્ગે કહ્યું.

"HICC!" said everyone.
"OH NO!" said Mei Ling.

For the children of Harry Roberts Nursery,
D.M.

For all the great children and staff of Soho Parish School,
and for Hilary, my lovely supportive mum, with love,
D.B.

First published 2000 by Mantra Publishing Ltd
5 Alexandra Grove, London N12 8NU
http://www.mantrapublishing.com

Text Copyright © 2000 David Mills
Dual Language Text Copyright © 2000 Mantra Publishing
Illustrations Copyright © 2000 Derek Brazell

Printed in Hong Kong